മൗ സെ ദോങ് കവിതകൾ

mao ze dong kavithakal
poems
•
translation
sachidanandan
•
first chintha edition
march 2011
•
typesetting
megha
•
published
chintha publishers, thiruvananthapuram
•
printed
akshara offset, thiruvananthapuram
•
cover
vinod

വിതരണം
ദേശാഭിമാനി ബുക്ക് ഹൗസ്
H O തിരുവനന്തപുരം-695 001

ബ്രാഞ്ചുകൾ
ഓവർബ്രിഡ്ജ് തിരുവനന്തപുരം • കെ എസ് ആർ ടി സി ബസ് സ്റ്റേഷൻ ആലപ്പുഴ • കെ എസ് ആർ ടി സി ബസ് സ്റ്റേഷൻ എറണാകുളം • ഐ ജി റോഡ് കോഴിക്കോട് • കെ എസ് ആർ ടി സി ബസ് സ്റ്റേഷൻ കോഴിക്കോട് • എൻ ജി ഒ യൂണിയൻ ബിൽഡിങ് കണ്ണൂർ • സെൻട്രൽ ബസ്ടെർമിനൽ കോംപ്ലക്സ് താവക്കര കണ്ണൂർ • മച്ചിങ്ങൽ ലെയ്ൻ തൃശൂർ

CO - 1567 / 2683

മൗ സെ ദോങ് കവിതകൾ

പരിഭാഷ
സച്ചിദാനന്ദൻ

ചിന്ത പബ്ലിഷേഴ്സ്
തിരുവനന്തപുരം-695 001
വില: ₹ 40

സച്ചിദാനന്ദൻ

1946 ൽ ജനനം. ഇന്ത്യയിലെ പ്രമുഖനായ കവിയും നിരൂപകനും പരിഭാഷകനും. മലയാളത്തിലും ഇംഗ്ലീഷിലും എഴുതുന്നു. കേരളാ യൂണിവേഴ്സിറ്റിയിൽനിന്ന് ഇംഗ്ലീഷ് സാഹിത്യത്തിൽ ബിരുദാനന്തര ബിരുദവും കാലിക്കറ്റ് യൂണിവേഴ്സിറ്റിയിൽനിന്ന് പി എച്ച് ഡി യും. ഇരിങ്ങാലക്കുട ക്രൈസ്റ്റ് കോളേജിൽ ഇംഗ്ലീഷ് ലക്ചററായിരുന്നു. പിന്നീട് കേന്ദ്ര സാഹിത്യഅക്കാദമി പ്രസിദ്ധീകരണമായ *ഇന്ത്യൻ ലിറ്ററേച്ചറി*ന്റെ എഡിറ്റർ, കേന്ദ്ര സാഹിത്യ അക്കാദമി സെക്രട്ടറി, മാനവവിഭവശേഷി മന്ത്രാലയത്തിന്റെ ലാംഗ്വേജ് പോളിസി കൺസൾട്ടന്റ്, നാഷണൽ ട്രാൻസ്ലേഷൻ മിഷൻ കൺസൾട്ടന്റ് എന്നീ നിലകളിൽ പ്രവർത്തിച്ചു.

22 കാവ്യസമാഹാരങ്ങൾ, 16 കാവ്യപരിഭാഷകൾ, വിവിധ ഭാഷകളിലായി 20 നിരൂപണഗ്രന്ഥങ്ങൾ, നാലു നാടകങ്ങൾ, മൂന്നു യാത്രാവിവരണങ്ങൾ എന്നിവ പ്രസിദ്ധീകരിച്ചിട്ടുണ്ട്. ദേശീയവും അന്തർദേശീയവുമായ നിരവധി പുരസ്കാരങ്ങൾ നേടി. നിരവധി രാജ്യാന്തരവേദികളിൽ ഇന്ത്യൻ കവിതയെയും സാഹിത്യത്തെയും പ്രതിനിധീകരിച്ചു.

മൗ സെ ദോങ് (1893– 1976)

ഉള്ളടക്കം

കവിയായ മൗ സെ ദോങ്

ചൈനീസ് കവിതയ്ക്ക് മഹത്തായ ഒരു മാനുഷിക പാരമ്പര്യമുണ്ട്. പൗരസ്ത്യകവിതകളുടെ പ്രത്യേകതകളെല്ലാം അതിൽ മൗലികമായരൂപത്തിൽ പ്രത്യക്ഷപ്പെടുന്നു—പ്രകൃതിയുമായുള്ള പ്രവചനാത്മകബന്ധം, മനുഷ്യരാശിയിലേക്ക് മുഴുവൻ തുറന്നിരിക്കുന്ന ഭാവന, ആർജവം തികഞ്ഞ ഋജുത്വം, അനീതിയോടുള്ള നിരന്തര പ്രതിഷേധം, തത്വചിന്താപരമായ നർമബോധം, ധ്വന്യാത്മകതയുടെ പ്രശാന്ത സ്വരം. ചൗ രാജവംശത്തിന്റെ കാലത്തെ (1066–1403) പേരറിയാക്കവികളുടെ രചനകൾ മുതൽ കമ്യൂണിസ്റ്റ് ചൈനയിലെ ക്വോമോജോവിന്റെയും അയ്ചിങ്ങിന്റെയും മൗ സെ ദോങ്ങിന്റെയും കവിതകൾ വരെയുള്ള ചൈനീസ് കാവ്യസാഹിത്യത്തിന് വിസ്മയകരമായ തുടർച്ചയുള്ളതായി നമുക്കനുഭവപ്പെടുന്നു. പരമ്പരാഗത ചൈനീസ് ചിത്രകലയും ഏതാണ്ടിതേ സ്വഭാവങ്ങൾ പ്രകടിപ്പിക്കുന്നു. ടാങ് കാലത്തെ 'ഹ്വാൻഹ്വാങ്', സുങ്കാലത്തെ 'ചാങ്ത്സെ-ത്വാൻ' തുടങ്ങിയ ക്ലാസിക്കൽ ചിത്രകാരന്മാരുടെ വിശാല പാരമ്പര്യം ഇന്നും ശ്രദ്ധാപൂർവം സംരക്ഷിക്കപ്പെടുന്നു.

ഗ്രാമീണകവിതകളുടെയും നാടൻപാട്ടുകളുടെയും ആദ്യത്തെ ചൈനീസ് സമാഹാരമായ *ഷീചിങ്* (*ഗീതസമുച്ചയം*) പ്രസിദ്ധീകരിക്കപ്പെട്ടത് ഏതാണ്ട് കൺഫ്യൂഷ്യസിന്റെ കാലത്താണ്. ഇതിലെ പല കവിതകളും രചിക്കപ്പെട്ടത് ബി സി രണ്ടായിരാമാണ്ടിനോടടുത്താണെന്ന് ഊഹിക്കപ്പെടുന്നു. പാശ്ചാത്യ കവിതകളിൽ സമീപകാലത്തു മാത്രം ശക്തിപ്രാപിച്ച ഒരു പ്രമേയം-സൈനികരുടെ ജീവിതത്തിന്റെ നിശ്ശൂന്യതയും നിരപരാധികളെ കൊലയ്ക്കയച്ച് പ്രതാപം നേടുന്ന ഭരണാധികാരികളുടെ ക്രൂരതയും ഈ കവിതകളിൽ ആവർത്തിച്ചു

പ്രത്യക്ഷപ്പെടുന്നു. ഇത്തരം ചിന്തകൾ പ്രകൃതിരംഗങ്ങളുമായി മെടഞ്ഞു ചേർത്തിരിക്കുന്നു. *ഗീതസമുച്ചയ*ത്തിലെ *കായൽ* എന്ന കവിതകളുടെ രീതിനോക്കുക: "ചിറയുടെ പിറകിൽ നിശ്ചലമായ ജലം. അതിൽ ഒഴുകിയിറങ്ങാൻ വയ്യാതെ പൊന്തിക്കിടക്കുന്ന മരം. ഞങ്ങളുടെ സൈന്യാധിപൻ ഒരു പോറൽപോലുമേൽക്കാതെ തറവാട്ടിൽ ചടഞ്ഞിരിക്കുന്നു. എന്നിട്ട് ഞങ്ങളെ 'ഷെൻ' കാക്കാനയയ്ക്കുന്നു: കുടുംബത്തെയോർത്ത് ഞാൻ വേദനിക്കുന്നു. ഇനിയെന്നാണ് ഞാൻ മടങ്ങുക?"

തുറിച്ചുനോക്കുന്ന പാറകളും വാടിപ്പോകുന്ന പുൽക്കൊടികളും ഒഴുകാൻ കഴിയാത്ത ഈറക്കെട്ടുകളും നിലവിളിക്കുന്ന കാട്ടു താറാവുകളും ഇത്തരം തപ്തധ്യാനങ്ങൾക്ക് പ്രതീകാത്മകമായ പശ്ചാത്തലമൊരുക്കുന്നു.

കമ്യൂണിസ്റ്റ് ചൈനയിൽ എഴുതപ്പെടുന്ന കവിതകളുടെയും മൂലമാതൃക ഇതിൽനിന്ന് വളരെ വ്യത്യസ്തമല്ല-പഞ്ചഭൂതാത്മകമെന്നോ പ്രാകൃതമെന്നോ വിശേഷിപ്പിക്കാവുന്ന ഈ പ്രതീകാത്മകത, ജപ്പാനിലെ ഹൈക്കൂകാരന്മാരുടെ ഭാവനാരീതി, മൗവിന്റെപോലും കവിതയിൽ ഊർജപ്രഭാവമായി വർത്തിക്കുന്നതുകാണാം. പ്രമുഖരായ ചൈനീസ് കവികളെല്ലാംതന്നെ മനുഷ്യരുടെ ദുരിതത്തെയും ദുരിതത്തെ കീഴ്പ്പെടുത്തുന്ന ഇച്ഛയെയും കുറിച്ചുള്ള അഗാധമായ ബോധം പ്രദർശിപ്പിക്കുന്നു.

ടാങ് രാജവംശകാല (618-907 എ ഡി)മാണ് ചൈനീസ് സാഹിത്യത്തിലെ എലിസബത്തൻ കാലഘട്ടമെന്ന് പറയാം. പായ്ചൂയി, ലീ ഹൊ, ലീ പയ്, തു ഫു തുടങ്ങിയ മഹാകവികളുടെ രചനകളിൽ മനുഷ്യാവസ്ഥയുടെ ഭൗതികവും ആധ്യാത്മികവുമായ ദൈന്യവും അധികാരികളോടുള്ള ക്രോധവും പരിവർത്തന തൃഷ്ണയും നിറഞ്ഞു നിൽക്കുന്നു.

ഈ പാരമ്പര്യത്തിന്റെ തുടർച്ച സുങ് (960-1279)കാലത്തെ സൂ ഷി, ചെൻ യൂ യീ മംഗോൾകാലത്തെ (1280-1368) ചാങ് ചു, ഹോ ചിങ്, മിങ് കാലത്തെ (1368-1644) കൗ-ചി: ഔ യിങ്, മാഞ്ചുവംശകാലത്തെ (1644-1911) ഷെൻ ടെ ചിയെൻ, ചൗ യി തുടങ്ങിയ കവികളിലൂടെ നിലനിൽക്കുന്നതായി കാണാം.

മിങ് വംശകാലത്തെ മഹത്തായ യെനാൻ കാർഷിക വിപ്ലവവും, മാഞ്ചുവംശകാലത്തെ തായ്പിങ് കാർഷിക കലാപവും പോലുള്ള സംഭവങ്ങൾ കേവലം യാദൃച്ഛികമായിരുന്നില്ലെന്ന് ഈ കവിതകൾ ബോധ്യപ്പെടുത്തുന്നു.

1912-നു ശേഷമുള്ള കാലമാണ് ചൈനീസ് സാഹിത്യത്തിൽ ആധുനിക യുഗമായി വ്യവഹരിക്കപ്പെടുന്നത്. കോ മോജോ, അയ് ചിങ്, ഷീ ഫാങ് യൂ, ലീ തിയെൻ-മിൻ തുടങ്ങിയവരുടെ കവിതകൾ ഇക്കാലത്തെ ജനങ്ങളുടെ പീഡനങ്ങൾക്കും അഭിലാഷങ്ങൾക്കും ശബ്ദം നൽകുന്നവയാണ്. ഇതോടെ പ്രകൃതിയുടെ റോളിൽ അൽപ്പം മാറ്റം സംഭവിക്കുന്നു. പ്രകൃതി മനുഷ്യജീവിതത്തിന്റെയും മനുഷ്യാ

ധ്വാനത്തിന്റെയും പശ്ചാത്തലം മാത്രമായി മാറുന്നു. പാശ്ചാത്യ കവിയിൽ സംഭവിച്ച രീതിയിലുള്ള ഒരാധുനികവൽക്കരണം ഇക്കാലത്തെ ചൈനീസ് കവിയിൽ സംഭവിച്ചതായി കാണുന്നില്ല. ഇംഗ്ലീഷ് വിദ്യാഭ്യാസത്തിന്റെ അസുലഭത ഇതിന് ഒരു പ്രധാന കാരണമായിരിക്കണം. കവികളുടെ യാഥാർഥ്യബോധവും പാരമ്പര്യത്തിന്റെ തീക്ഷ്ണശക്തിയും പിൽക്കാലത്തെ ബാഹ്യനിയന്ത്രണങ്ങളും ഇതിനു മറ്റു കാരണങ്ങളാവാം.

ഇന്ത്യയിലും ജപ്പാനിലും ഇന്തോനേഷ്യയിലുമെല്ലാം കവിത ഒരു വലിയ മാറ്റത്തിന് വിധേയമായിക്കൊണ്ടിരുന്ന കാലമായിരുന്നു ഇത് എന്നോർക്കുന്നത് അത്ഭുതത്തിന് ആഴം വർധിപ്പിക്കുന്നു. ജപ്പാനിൽ ജൂൺ തകാമി, ഇന്ത്യയിൽ ടാഗോർ ഇന്തോനേഷ്യയിൽ അലിസ് ജബ്ബാന, സ്പെയിനിൽ ലോർക്ക, മെക്സിക്കോവിൽ ഒക്ടോവിയൊ പാസ്, ചിലിയിൽ നെരൂദ, പെറുവിൽ വയഹോ, ഇംഗ്ലണ്ടിൽ എലിയറ്റ്, ഇറ്റലിയിൽമൊൺതാലെ, ജർമനിയിൽ റിൽക്കെ, റഷ്യയിൽ മയക്കൊവ്സ്കി, ഫ്രാൻസിൽ പോൾഏലുവാദ് എന്തിന്, നീഗ്രോ കവിതപോലും ശൈലിയിലും ഭാവത്തിലും തീവ്രമായ പരിവർത്തനങ്ങൾക്ക് വിധേയമായിക്കൊണ്ടിരിക്കുന്ന ഈ കാലത്തിന്റെ കൊടുങ്കാറ്റുകൾ ചൈനീസ് വൻകരയിലെ ഒരു വൃക്ഷത്തെപ്പോലും കുലുക്കി മാറ്റിയില്ലെന്നത് വിചിത്രമായി തോന്നാം. ഇടവേളയനുവദിക്കപ്പെടാത്ത ഒരു സ്വര പരിവർത്തനത്തിന് കവികൾ നിർബന്ധിക്കപ്പെടുന്നു. വിപ്ലവത്തിന്റെയും ശുഭപ്രതീക്ഷയുടെയും സ്വരം കവിതയിലെത്തിയെങ്കിലും ഇന്നും ചൈനയിലെ കവികൾ ഒന്നുകിൽ ടാങ്, വൂ-കൂ തുടങ്ങിയ ക്ലാസിക്കൽ രൂപങ്ങളിലോ അല്ലെങ്കിൽ നാടോടിപ്പാട്ടുകളുടെ രൂപങ്ങളിലോ ആണ് രചന നടത്തുന്നത്. ചിലർ ക്ലാസിക്കൽ രൂപങ്ങളെ നാടോടി ഭാഷയുമായി സമന്വയിപ്പിക്കാൻ ശ്രമം നടത്തുന്നുണ്ട്. വൃത്തസ്വരൂപത്തെ നിത്യസംഭാഷണത്തിന്റെ താളങ്ങളോടടുപ്പിക്കാനുള്ള യത്നങ്ങളും ഇല്ലാതില്ല.

മൗ സെ ദോങ്ങിന്റെ കവിതയെ മയക്കോവ്സ്കിയുടെയോ നെരൂദയുടെയോ ബ്രഹ്ത്തിന്റെയോ കവിതയുമായി താരതമ്യപ്പെടുത്തുന്നത് നിരർഥകമാണ്. അക്കൂട്ടർ പ്രാഥമികമായും കവികളും രണ്ടാമതുമാത്രം വിപ്ലവത്തിന്റെ സഹയാത്രികരും ആയിരുന്നുവല്ലോ. മൗ പ്രാഥമികമായും വിപ്ലവനേതാവുതന്നെയാണ്. അദ്ദേഹത്തിന്റെ കവിതയെ താരതമ്യപ്പെടുത്തേണ്ടത് മറ്റു വിപ്ലവപ്രവർത്തകരുടെ കവിതകളുമായാണ്-ഹോചിമിൻ, ചെഗുവേര തുടങ്ങിവരുടെ കവിതകളുമായി. ഇവരുടെയെല്ലാം രചനകൾ ഒരു പ്രത്യേക വംശത്തിൽപ്പെടുന്നവയാണ്. പ്രവർത്തനത്തിന് അനുപൂരകമായി വർത്തിക്കുന്ന കവിത. ഇവരുടെ ജീവിതത്തിൽനിന്നടർത്തി മാറ്റിയാൽ ഈ കവിതകൾ ഇത്രയേറെ ഓജസ്കരമാവില്ല. രശ്മികളെ ഗംഭീരമാക്കുന്നത് സൂര്യന്റെ സാന്നിധ്യമാണ്. 1957 ജനുവരി 12ന് ത്സാങ്കോ ചിയായ്ക്ക് എഴുതിയ കത്തിൽ മൗ തന്നെ

സ്വന്തം കവിതയെക്കുറിച്ച് ഇങ്ങനെ പറഞ്ഞു:

> ഈ സാധനങ്ങൾ ഔപചാരികമായി പ്രസിദ്ധപ്പെടുത്തുവാൻ ഇതുവരെയും ഞാനാഗ്രഹിച്ചിരുന്നില്ല. കാരണം ഇവയെല്ലാം പൗരാണികശൈലിയിൽ എഴുതപ്പെട്ടതാണ്. ഇത് ഒരു ദുഷ്പ്രവണതയ്ക്ക് പ്രോത്സാഹനം നൽകുമെന്നും യുവാക്കളിൽ ദുഃസ്വാധീനം ചെലുത്തുമെന്നും ഞാൻ ഭയപ്പെട്ടു. തന്നെയുമല്ല, കവിത എന്ന നിലയിൽ ഇവയ്ക്ക് വലിയ പ്രാധാന്യമൊന്നുമില്ല. ഇവയെ സംബന്ധിച്ച് എടുത്തുപറയത്തക്കതായി യാതൊന്നുമില്ല.

1957 ഫെബ്രുവരിയിൽ *ഷീ കാൾ* (കവിത) മാസികയുടെ ആദ്യലക്കത്തിലാണ് മൗവിന്റെ *പതിനെട്ട് കവിതകൾ* ഔദ്യോഗികമായി പ്രകാശനം ചെയ്യപ്പെട്ടത്. പിന്നീട് അവ എല്ലാ ചൈനീസ്പത്രങ്ങളും പുനഃപ്രസാധനം ചെയ്തു. 1959 ൽ *പത്തൊൻപതു കവിതകൾ* പെക്കിങ്ങിൽ നിന്ന് വ്യാഖ്യാന സഹിതം ഇംഗ്ലീഷിൽ പ്രസിദ്ധീകരിച്ചതോടെ മാവോയുടെ കവിത ലോകപ്രശസ്തമായി.

മൂന്നുവർഷം കഴിഞ്ഞ് കുറെക്കൂടി ലളിതമായ ശീർഷകങ്ങളില്ലാത്ത, ആറുകവിതകൾ കൂടി *പീപ്പിൾസ് ലിറ്ററേച്ചറിൽ* പ്രസിദ്ധീകരിക്കപ്പെട്ടു. സാംസ്കാരിക വിപ്ലവകാലത്തെ ഇവയുടെ പ്രസിദ്ധീകരണത്തിന് രാഷ്ട്രീയോദ്ദേശ്യങ്ങളും ആരോപിക്കപ്പെട്ടിട്ടുണ്ട്. ഈ കവിതകൾ 1929-'31 കാലത്ത് 'കുതിരപ്പുറത്തിരുന്ന് മൂളിക്കൊണ്ട്' രചിച്ചവയാണെന്ന് ഒരു കുറിപ്പും ചേർത്തിരുന്നു. ഇത് സുങ്-തായ്സൂ തുടങ്ങിയ ചക്രവർത്തിമാരുടെ കാവ്യരചനാ രീതിയെ അനുസ്മരിപ്പിക്കുന്നുവെന്ന് യോങ്-സാങ് നാഗ് എന്ന നിരൂപകൻ അഭിപ്രായപ്പെടുന്നു. (Yong Sang Ng: THE POETRY OF MAO TSE-TUNG)

കവിതളെല്ലാം തന്നെ എഴുതപ്പെട്ടിരിക്കുന്നത് 'ത്സൂ' എന്ന ക്ലാസിക്കൽ രൂപത്തിലാണ്. താങ് രാജവംശകാലത്ത് വികസിച്ച ഈ രൂപം ഭാവഗീതങ്ങളോടടുത്തു നിൽക്കുന്ന ഒന്നാണ്. സാധാരണയായി കവിതയുടെ കേന്ദ്ര പ്രതിപാദ്യം ശീർഷകങ്ങൾ സൂചിപ്പിക്കുന്നു. സുങ് വംശകാലത്ത് അഭൂതപൂർവമായി വളർച്ച പ്രാപിച്ച ഈ രൂപത്തിലാണ് ചൈനയിലെ ഏറ്റവും നല്ല കവിതകളിലധികവും എഴുതപ്പെട്ടിരിക്കുന്നത്. ഇത് വിസ്മയകരമായി തോന്നാം—അത്രയേറെ കർശനമായ വൃത്തനിഷ്ഠയും ശൈലീനിഷ്ഠയും ആവശ്യപ്പെടുന്ന ഒരു രൂപമാണ് 'ത്സൂ.'

കവിയും രാജ്യതന്ത്രജ്ഞനുമായ ക്വോ മോജോ, മൗവിന്റെ കവിതയെക്കുറിച്ച് ഇങ്ങനെ അഭിപ്രായപ്പെടുന്നു:

> ചെയർമാൻ മൗവിന്റെ കവിതകൾ പിന്നെയും പിന്നെയും ഉരുക്കുപോലെ ദാർഢ്യം നൽകപ്പെട്ടവയാണ്. അതിനാൽ അവയുടെ ആത്മാവ് ഉദാത്തവും സംഗീത ലയഭരിതവും സ്വരം ഊർജസ്വല

വുമായിരിക്കും. അതേസമയം അവയുടെ ലാളിത്യംമൂലം നാമവയെ സ്നേഹിച്ചുപോകുന്നു. അവയെ എല്ലാവരും ഇഷ്ടപ്പെടുന്നു. എല്ലായിടത്തും അവ ചൊല്ലുന്നു. എങ്കിലും എല്ലാവരും അവ മുഴുവനായി മനസിലാക്കിയിട്ടില്ലെന്നതാണ് സത്യം: എല്ലാക്കവിതയും എല്ലാവർക്കും മനസിലാവാനുള്ളതല്ലല്ലോ.

ഈ അഭിപ്രായം മൗവിന്റെ കവിതയെ സംബന്ധിച്ച ഒരു മുഖ്യ സത്യം രേഖപ്പെടുത്തുന്നുണ്ട് — ചൈനയുടെ ചരിത്രവും ഭൂമിശാസ്ത്രവും ഐതിഹ്യങ്ങളും നന്നായി മനസിലുറപ്പിച്ചു വായിക്കുന്ന ഒരാൾക്കു മാത്രമെ ഈ കവിതകൾ പൂർണമായി ആസ്വാദിക്കാനാവൂ. ചൈനയിൽ ഇന്നെഴുതപ്പെടുന്ന കവിതകളുടെ ഒരു നല്ലഭാഗം വെറും 'റിപ്പോർട്ടാഷ്' ആണ്. എന്നാൽ പുരാണസൂചനകളും ചരിത്രവിജ്ഞാനവും പ്രകൃതിയിൽനിന്ന് തെരെഞ്ഞെടുത്ത ബിംബങ്ങളും പ്രതീകങ്ങളുംചേർന്ന് മൗവിന്റെ കവിതയ്ക്ക് അപൂർവ സാന്ദ്രത നൽകുന്നു.

'ഈച്ചകൾ' ക്വോമോജോവിന്റെ ഒരു കവിതയ്ക്ക് മറുപടിയായി എഴുതിയതാണ്. ക്വോമോജോ തന്റെ കവിതയിൽ കളിമൺ കോലങ്ങൾകടലിൽ വീണ് നശിക്കുന്നതും കിഴക്ക് മുഴുവൻ വിപ്ലവജ്വാല പടർന്നുകയറുന്നതും ദർശിച്ചിരുന്നു. 1963 ജനുവരി 7ന് പ്രവ്ദ ചൈനയെ അധിക്ഷേപിച്ച പശ്ചാത്തലത്തിലാണ് മൗ ഈ മറുപടി എഴുതുന്നത്. പരമ്പരാഗത കൽപ്പനകളിലൂടെ മാർക്സിസം - ലെനിനിസത്തിന്റെ ലോകദർശനം ആവിഷ്കരിക്കുകയാണ് കവി ഇവിടെ.

താങ് കാലത്തെ ഒരു കഥയിലെ കഥാപാത്രം കണ്ട സ്വപ്നമാണ് ലോക്കസ്റ്റ് മരം സൂചിപ്പിക്കുന്നത്. പൂവണിഞ്ഞ ലോക്കസ്റ്റ് വൃക്ഷത്തിന്റെ സാമ്രാജ്യം സന്ദർശിച്ച അയാളെ ചക്രവർത്തി; പുത്രിമാരെ നൽകി ആദരിക്കുന്നതാണ് സ്വപ്നം. എന്നാൽ ഉണർന്നപ്പോൾ അയാൾ കണ്ടത് ജനലിനടുത്ത ലോക്കസ്റ്റിനു കീഴിൽ ഒരെറുമ്പിൻപുറ്റാണ്. ഇവിടെ വമ്പു പറയുന്ന ഉറുമ്പുകൾ സോവിയറ്റ് പരിഷ്കരണവാദികളാണ്. ഈച്ചകൾ സാമ്രാജ്യവാദികളും.

മരം പിടിച്ചുകുലുക്കാൻ ശ്രമിക്കുന്ന ഉറുമ്പുകളുമായി ചൈനയെ അധിക്ഷേപിക്കുന്ന തിരുത്തൽവാദികളെ മൗ താരതമ്യപ്പെടുത്തുന്നു. 'ചങ്ങൻ' (ചാങ്-ആൻ)ചരിത്രപ്രാധാന്യമുള്ള ഒരു പുരാതനതലസ്ഥാനമാണ്-ആൻ ലൂഷാനും, പിറകെ പടിഞ്ഞാറൻ ടർഫൻ ഗോത്രക്കാരും ഈ നഗരം ആക്രമിക്കുകയുണ്ടായി. തു-ഫുവിന്റെ ഒരു കവിത ചാങ്-ആനെ കുറിച്ചാണ്. "ഇന്നു നമ്മുടെ ചാങ്-ആൻ ഒരു വൻചതുരംഗക്കളമായി മാറിയിരിക്കുന്നു അവിടെ ജനങ്ങൾ സാമ്രാജ്യങ്ങളെടുത്തു കളിക്കുന്നു. ജീർണതയുടെ ശരത്ക്കാലം ആരംഭിച്ചുകഴിഞ്ഞു. ഈ തണുപ്പ് നമ്മെ പഴയ കാലങ്ങളിലേക്കു തിരിച്ചുവിളിക്കുന്നു....എല്ലാം

മാറിപ്പോയിരിക്കുന്നു." എട്ടാംനൂറ്റാണ്ടിലെ ച്യാ-തൗവിന്റെ ഈ വരികളും ഇവിടെ സൂചിപ്പിക്കപ്പെടുന്നുണ്ട്. "വീ നദിക്കുമേൽ പടിഞ്ഞാറൻ കാറ്റു വീശുന്നു, ചങ്ങനിൽ മുഴുവൻ ഇലകൾ കൊഴിയുന്നു." കൂർത്ത അമ്പുകൾ വിപ്ലവാശയങ്ങളും കാറ്റു വിപ്ലവവും ഇലകൾ പ്രതിലോമ ശക്തികളുമായി വ്യാഖ്യാനിക്കപ്പെട്ടിരിക്കുന്നു.

പന്ത്രണ്ടാം നൂറ്റാണ്ടിലെ ലൂ-യൂവിന്റെ ഒരു കവിതയുടെ മാതൃകയിലെഴുതിയതാണ് *ബദരിപ്പൂക്കളോട്* എന്ന കവിത. ഹിമാവൃതമായ ഗിരി ശിരസിൽ പ്രഭാതപ്രതീക്ഷപോലെ വിരിയുന്നപൂവ് സാവധാനം മലമുഴുവൻ തന്റെ വസന്തംകൊണ്ട് കീഴടക്കി മറ്റു പൂക്കളുമായി താദാത്മ്യം പ്രാപിച്ചു പുഞ്ചിരിക്കുന്ന ചിത്രം ഒരു വിപ്ലവകാരിയുടെ പ്രകൃതി ദർശനം കാഴ്ചവെയ്ക്കുന്നു.

ചിരഞ്ജീവികൾ ലീ ഷൂയി എന്ന വിധവയുടെ ഒരു കവിതയ്ക്ക് മൗ എഴുതിയ മറുപടിയാണ്. ലീ ഷൂയിയുടെ ഭർത്താവ് 1933 ലെ യുദ്ധത്തിൽ മരിച്ചുപോയിരുന്നു. മൗവിന്റെ ഭാര്യയെ 1930 ൽ കൂമിൻ താങ്ങുകാർ വധിച്ചിരുന്നു. ഇവിടെ 'ദേവദാരു' മൗവിന്റെ ഭാര്യയെയും 'അരളി' ലീ ഷൂയിയുടെ ഭർത്താവിനെയും സൂചിപ്പിക്കുന്നു. (മൂലത്തിൽ പൈൻ മരവും വില്ലോ മരവും) മൗവിന്റെ ഭാര്യയുടെ പേരായ 'വാങ് കായ് ഹ്യുവ്'എന്ന പദത്തിലെ യാങ്ങിന് പൈൻമരമെന്നും ലീ ഷൂയിയുടെ ഭർത്താവിന്റെ പേരായ 'ല്യൂ പിൻ സൂ,'വിലെ ല്യൂവിന്, ദുഃഖ പ്രതീകമായ 'വില്ലോ മരം' എന്നും ശ്ലേഷാർഥം. 'വൂ കാങ്' അമരപദം പ്രാപിക്കാനായി ക്രൂരകൃത്യങ്ങൾ ചെയ്ത പുരാണകഥാപാത്രമാണ്. അതിന് ശിക്ഷയായി ചന്ദ്രനിൽ ഒരു 'കാഷ്യാ' വൃക്ഷം മുറിക്കുന്ന ജോലിക്ക് അയാൾ ശപിക്കപ്പെട്ടിരിക്കുന്നു. ഈ വൃക്ഷം വീണ്ടും വീണ്ടും പ്രത്യക്ഷപ്പെടുന്നതിനാൽ അയാളുടെ ജോലി ഇന്നും തുടരുകയാണെന്ന് സങ്കൽപ്പം. തോറ്റടിഞ്ഞ വ്യാഘ്രം കൂമിൻ-താങ് ഭരണത്തെ സൂചിപ്പിക്കുന്നു. അതിന്റെ പരാജയം കണ്ട് രക്തസാക്ഷികൾ ദേവലോകത്തിരുന്ന് ആഹ്ലാദിക്കുന്നതായി അന്ത്യഭാഗം സൂചിപ്പിക്കുന്നു.

മൗവിന്റെ ചെറുകവിതകൾ യഥാർഥ സംഘട്ടനരംഗങ്ങളിൽ വച്ചെഴുതിയവയാണ്. കാവ്യാത്മകമായ ഡയറിക്കുറിപ്പുകളാണെന്നു പറയാം. 'ചിയാനിലെ മാർച്ച്,' 'ഷൗഷാനിലേയ്ക്ക് മടക്കം,' 'ലോങ്ങ്മാർച്ച്,' 'ല്യൂപ്പാൻ മല, ലൗഷാൻ ചുരം,' 'നാൻചാങ് ആക്രമണം,' നവവൽസരദിനം 1929, ചിങ് കാങ്മല, ഫുകിനിലേക്ക്, നാങ്കിങ് കീഴടക്കൽ എന്നീ കവിതകൾ ഉദാഹരണം. അദമ്യമായ മനുഷ്യശക്തിയുടെ ഊർജ പൂർണമായ ചേഷ്ടകളെന്ന നിലയിലാണ് ഇവയുടെ സ്ഥാനം. കവി ഇവിടെ നിരീക്ഷകനല്ല, പ്രവർത്തകനാണ്. പുഴകളും മലകളും പ്രകൃതിയുടെ വെല്ലുവിളികൾപോലെ അവതരിക്കുന്നു. അവയ് ക്കെല്ലാം മുകളിൽ അനിരുദ്ധമായ മനുഷ്യേച്ഛ കൊടി നാട്ടുന്നു.

'ചാങ് ഷാ,' 'പെയ്ത്തായ് ഹോ, ഭൂമി കുലുക്കുന്ന പാട്ടുകൾ,' 'ത പൊതി'

എന്നിവയ്ക്ക് കുറേക്കൂടി ധ്വന്യാത്മകമായ സ്വഭാവമാണുള്ളത്. *ഭൂമികുലുക്കുന്ന പാട്ടുകൾ* ഒരു സ്നേഹിതനു മറുപടിയായി എഴുതിയ കവിതയാണ്. 'ചൗ' രാജാവിന്റെ പുത്രിമാർ 'ഷൺ' രാജാവിന്റെ സപത്നികളായിരുന്നു. ചൂയി മലയ്ക്കരികിലെ സിയാങ് നദീതീരത്തുവെച്ച് ഭർത്താവ് മരിച്ചപ്പോൾ ഇവർ ഇരുവരും പുഴത്തീരത്തിരുന്നു വിലപിച്ചു. ഇവരുടെ കണ്ണീർക്കറയേറ്റ ഈറത്തണ്ടുകൾക്ക് മായാത്തപാടുകളുണ്ടായി. 'നീൾത്തുരത്തു' സിയാങ് നദിയിലാണ്. പരിവർത്തന ഗീതികളിൽ നാടാകെ ചെമ്പരത്തി വിരിയുന്ന കാഴ്ച കവിയുടെ വിപ്ലവ സ്വപ്നം ആവിഷ്കരിക്കുന്നു. പെൺപട്ടാളത്തിന്റെ ചിത്രം 1961 ഫെബ്രുവരിയിലെഴുതിയതാണ്-ഒരുതരം ഇംപ്രെഷനിസ്റ്റു കവിത. ഇതും അവസാനിക്കുന്നത് ഒരു വിചാരത്തിൽ തന്നെ.

'മഞ്ഞ്' മൗവിന്റെ ഏറ്റവും പ്രധാനപ്പെട്ട കവിതയായി പ്രകീർത്തിക്കപ്പെടുന്നു. 1945 ആഗസ്റ്റിൽ യെനാനിൽനിന്ന് ചിയാങ് കൈഷക്കുമായുള്ള കൂടിക്കാഴ്ചയ്ക്കായി ചുങ്-കിങ്ങിലേക്ക് പോകുംവഴി എഴുതിയ ഈ കവിതയിൽ മനുഷ്യബിംബവും പ്രകൃതി ദൃശ്യവും പൂർണമായി തന്മയീഭവിക്കുന്നു. മൂന്നാം നൂറ്റാണ്ടിൽ ത്സാവോത് സാവോയും ല്യൂപിയും തമ്മിൽ കൂടിക്കാണുകയും പിന്നീട് ഇരുവരും ചക്രവർത്തിമാരായിത്തീരുകയും ചെയ്തു. ഇത്രതന്നെ സുപ്രധാനമായ ഒരു കൂടിക്കാഴ്ചയായാണ് മൗ ചിയാങ് കൈഷെക്കുമായുള്ള കൂടിക്കാഴ്ചയെക്കണ്ടിരുന്നത്. മഞ്ഞിന്റെ രൂപമാതൃക പതിനൊന്നാം നൂറ്റാണ്ടിലെ സൂ-തുങ് പോവിന്റെ ഒരു കവിതയാണ്. ആ കവിതയിൽ കവി പൂർവമഹത്വമോർത്ത് ആത്മനിന്ദയ്ക്കൊരുങ്ങുന്നു. എന്നാൽ മഞ്ഞിൽ പ്രാക്തന പ്രൗഢിയുടെ ഓർമ കവിയെ വർത്തമാനദീപ്തിയെക്കുറിച്ചുള്ള ആത്മ വിശ്വാസത്തിലേക്കാണ് നയിക്കുന്നത്. ചരിത്രപരമായ അന്തർജ്ഞാനവും വടക്കുകിഴക്കൻ മഞ്ഞുമലകളുടെ മുകളിൽനിന്നുള്ള കാഴ്ചയും ചേർന്ന്, യുദ്ധവീര്യവും സംസ്കാരവും ഒത്തുചേർന്ന യഥാർഥ മഹത്തുക്കൾ തന്റെതന്നെ തലമുറയിലാണുള്ളതെന്ന ദർശനത്തിലേക്ക് കവിയെ നയിക്കുന്നു. 1949ൽ ചൈനാ വൻകരയിൽ കമ്യൂണിസം വിജയം നേടുന്നതോടുകൂടിയാണ് ഈ അവസാന വരികളുടെ അർഥം പൂർണമാകുന്നത്.

മൗവിന്റെ പല കവിതകളും അവസാനിക്കുന്നത് ഒരു ഉജ്ജ്വലമായ വിചാരശകലത്തിലോ, പ്രവചനത്തിലോ, വെളിപാടിലോ ആണ്. ചില ഉദാഹരണങ്ങൾ നോക്കുക:

> ''അപകടമേറുന്ന കൊടുമുടി തന്നിലേ
> അഴകിന്റെ താമസം നിത്യം"
>
> ('അപ്സരഗുഹ')
>
> "ഉയരങ്ങളിലേക്കു കയറാൻ ധൈര്യപ്പെട്ടാ-
> ലുലകിൽ പിന്നില്ലൊന്നുംനേടുവാനാകാത്തതായ്"
>
> ('ചിങ് കാങ്ഷാൻ വീണ്ടും കയറുമ്പോൾ')

"നിറുത്തു നിൻ പൊള്ള-
യസംബന്ധം, നോക്കൂ,
ഉലകം കീഴ്മേലായ്
മറിയുകയല്ലോ"

('രണ്ടു പക്ഷികൾ : ഒരു സംവാദം')

"കുൻമിങ്ങു തടാകത്തിൽ
വെള്ളത്തിനാഴം തീരെ-
യില്ലെന്നുമാത്രം താങ്കൾ
പറയാതിരിക്കണേ:
പൊങ്ങിടും മൽസ്യങ്ങളെ-
ക്കണ്ടുനിൽക്കുവാനതു
നല്ലതാണേറെ, ഫ്യൂച്ചുൻ
നദി തന്നാഴത്തെക്കാൾ."

('സൗഹൃദസ്മരണ')

"അപ്പോൾ ലോകമെമ്പാടും
സമാധാനം വിളയാടും
ഭൂമിയിലെല്ലായിടത്തും
ഒരേ ചൂട്,
ഒരേ തണുപ്പും"

('കുൻലുൺ മല')

"സായാഹ്നത്തിലെ മൂടൽമഞ്ഞിലെമ്പാടും
വീരന്മാർ വീട്ടിലേയ്ക്കു തിരിക്കുന്നു"

('ഷാവോഷാനിൽ ഒരിക്കൽക്കൂടി')

"മലയുടെ ദേവതയിപ്പൊഴുമവിടെ-
ക്കുടിപാർപ്പുണ്ടെങ്കിൽ
അടിമുടി മാറിയൊരീയുലകം ക-
ണ്ടത്ഭുതമവൾ കൂറും"

('നീന്തൽ')

"പുഴതൻ നടുവിലെച്ചുഴിയിൽ കുരുങ്ങി
നമ്മുടെ തോണികൾ വേഗം കുറഞ്ഞതോർക്കുന്നില്ലേ?"

('ചാങ്ഷാ')

"ആകെ മാറിപ്പോയിന്നു
മനുഷ്യരുടെ ലോകം"

('പെയ്ത്തായ് ഹോ')

"............മർത്യൻമാരുടെയുലകിൽ
കടലുകളും മൾബറി വിരിയും
മലർവാടികളായ് മാറും."

('നാങ്കിങ് കീഴടക്കൽ')

"..........മലയാകെപ്പൂക്കും മലരിടയിൽ
ചെറുചിരിയോടവളൂയലാടും"

('ബദരിപ്പൂക്കളോട്')

"..........വലിയവരെ, വലിയ മനമുള്ളവരെ
ഇനി നാം തിരക്കിടുകയിവിടത്തിൽ, ഇന്നിൽ"

('മഞ്ഞ്')

മൗവിന്റെ സാംസ്കാരിക സംഭാവനകൾ ചൈനീസ് ചരിത്രത്തിന്റെ മായ്ക്കാനാവാത്ത ഒരധ്യായമാണ്.

സച്ചിദാനന്ദൻ

വിവർത്തനത്തെപ്പറ്റി

മൗവിന്റെ കവിതകളുടെ സമഗ്രമായ ആംഗലഭാഷാസമാഹാരം 1976 ലാണ് ബെയ്ജിങ്ങിലെ 'ഫോറിൻ ലാംഗ്വേജസ് പ്രസ്' പ്രസിദ്ധീകരിച്ചത്. ആ സമാഹാരത്തിൽ ആകെയുള്ള 36 കവിതകളിൽനിന്ന് 30 കവിതകളാണ് ഈ മലയാള വിവർത്തന സമാഹാരത്തിലുള്ളത്. ഇവയിൽ 15 വിവർത്തനങ്ങൾ അവതരണലേഖനത്തോടെ, *ദേശാഭിമാനി*യുടെ വാരാന്ത്യപതിപ്പുകളിൽ പ്രകാശിപ്പിച്ചിരുന്നു. ബാക്കി കവിതകൾ ഈ സമാഹാരത്തിനുവേണ്ടി പുതുതായി പരിഭാഷപ്പെടുത്തിയവയാണ്.

മൗവിന്റെ കവിതകൾ ചൈനീസ് ക്ലാസിക്കൽ വൃത്തരൂപങ്ങളിലാണെഴുതപ്പെട്ടിട്ടുള്ളത്. 'ത്സു' (tzu) എന്നും 'ഷീ' (shi)എന്നും അറിയപ്പെടുന്ന രൂപങ്ങളിൽ. 'താങ്' രാജവംശകാലത്താണ് (എ ഡി 618–907) 'ത്സു' എന്ന രൂപം ഉടലെടുത്തത്. ഇത് ഒരുതരം പാട്ടുരൂപമാണ്. 'ഷീ' രണ്ടുതരമുണ്ട്. 'ല്യൂ' അഥവാ 'ല്യൂഷീ' (lu shih) എന്ന രൂപത്തിൽ അഞ്ചോ ഏഴോ അക്ഷരങ്ങളുള്ള എട്ടു വരികളാണുള്ളത്. മൂന്നാമത്തെ വരി, നാലാമത്തെ വരിയുമായും അഞ്ചാമത്തെ വരി ആറാമത്തേതുമായും ശബ്ദത്തിലും അർഥത്തിലും പൊരുത്തപ്പെട്ടിരിക്കണം. മൗ ഉപയോഗിക്കുന്നത് വരിയിൽ ഏഴക്ഷരങ്ങളുള്ള 'ല്യൂ ഷീ' രൂപമാണ്. 'ഷീ'യുടെ മറ്റൊരു രൂപമാണ് 'ചേ' അഥവാ 'ചേ ചൂ' (chueh chu). ഇതിൽ അഞ്ചോ ഏഴോ ലിപികളുള്ള നാലു വരിയാണുള്ളത്. മൂന്നും നാലും വരികൾക്ക് പ്രാസം നിർബന്ധമാണ്. മൗ ഉപയോഗിക്കുന്നത് ഏഴു ലിപികളുള്ള ചതുഷ്പദിയാണ്. ഈ പരിഭാഷകളിൽ ഭാവത്തിന

നുയോജ്യമെന്നു തോന്നിയ ദ്രാവിഡവൃത്തരൂപങ്ങളാണ് ഏറെയും ഉപയോഗിച്ചിട്ടുള്ളത്. പലയിടത്തും ഗാനാത്മകത നിലനിർത്തിക്കൊണ്ട് സ്വതന്ത്രമായ ജന്യരൂപങ്ങളുപയോഗിച്ചിരിക്കുന്നു. തീർത്തും പുതിയ രൂപങ്ങളും ദണ്ഡകവും ചിലയിടത്തുപയോഗിച്ചിരിക്കുന്നു. ഗദ്യത്തോടടുത്തു നിൽക്കുന്ന സ്വഭാവമുള്ള രചനകളിൽ കേകാവൃത്തവും, രണ്ടു കവിതകൾക്ക് ഗദ്യം തന്നെയും ഉപയോഗിച്ചിരിക്കുന്നു. മിക്ക കവിതകളും ഗാനരൂപങ്ങളിലവതരിപ്പിക്കാവുന്നതാണ്. ഈ പരിഭാഷകളിൽ പകുതിയോളം ഒരു ഗായകസംഘം ഭംഗിയായി അവതരിപ്പിച്ചു കേട്ടിട്ടുമുണ്ട്.

ചില കവിതകൾക്ക് മൂലശീർഷകങ്ങളിൽ മാറ്റം വരുത്തിയിട്ടുണ്ട്. *കോ മോജോവിനുള്ള മറുപടി, ഈച്ചകൾ എന്നായി. ലിയു- യാത് സുവിനുള്ള മറുപടി* എന്ന പേരിലുള്ള രണ്ടുകവിതകൾക്ക് യഥാക്രമം *സൗഹൃദസ്മരണ, വൈകിവന്ന പുലരി* എന്നീപേരുകൾ നൽകി. *ലീ-ഷൂയിക്കുള്ള മറുപടി ചിരഞ്ജീവി*കളായി.

പ്രകൃതി—മനുഷ്യബന്ധത്തെ ഒരു മഹാവിപ്ലവകാരി എങ്ങനെ നോക്കിക്കാണുന്നുവെന്നു വ്യക്തമാക്കുന്ന ഈ കുറുകിയ കവിതകൾ, സാമൂഹിക ഘടനാസംക്രമണത്തിനായി ജീവിതം മുഴുവനർപ്പിച്ച ഒരു ധീരന്റെ അപൂർവമായ ഏകാന്തനിമിഷങ്ങളുടെ തേജോരേഖകളെന്ന നിലയിൽക്കൂടി പാരായണമർഹിക്കുന്നു.

സച്ചിദാനന്ദൻ

1
ചാങ് ഷാ

തണുപ്പ് പെയ്യും ശരത്-
കാലമാണൊറ്റയ്ക്ക് ഞാനിരിപ്പാണീയോറഞ്ചു
തുരുത്തിൻ കൂട്ടങ്ങളും ചുകപ്പനിലകളാൽ
പുതച്ച വനങ്ങൾ തൻ ചുകപ്പ് മലകളും
കടന്നീനദിനേരേ വടക്കോട്ടൊഴുകുന്നോ-
രൊഴുക്കിൽ മിഴിയുംനട്ടിരിപ്പാണൊറ്റയ്ക്ക് ഞാൻ.
തിളങ്ങും തടാകത്തിൻ പച്ചയാമപാരത
തിരകൾ വെട്ടിച്ചോടും തോണികളൊരായിരം
ഗഗനവിശാലത കുറുകെപ്പറക്കുന്ന ഗരുഡന്മാർ
ഈ ഈറൻമഞ്ഞിന്റെ സ്വാതന്ത്ര്യത്തിൽ
ചെറിയ കയങ്ങളിൽ നീന്തുന്ന മൽസ്യക്കൂട്ടം.
ഈയനന്തതകളിലത്ഭുതം കൂറി
നരവീണഭൂമിയോടു ഞാൻ
വിളിച്ചു ചോദിക്കുന്നു :

ആരാണ് മനുഷ്യന്റെ
വിധി നിശ്ചയിപ്പവൻ?

പോയ വാസരങ്ങളിൽ
പ്രക്ഷുബ്ധ ഋതുക്കളിൽ ആനയിച്ചു ഞാനിങ്ങോ-
ട്ടായിരം സഖാക്കളെ സഹപാഠികളായി

യൗവനത്തിളപ്പിൽ നിർഭയരായ് നിഷ്പക്ഷരായ്
ജ്ഞാനികളെപ്പോൽ നമ്മൾ പരിശുദ്ധരായോരോ
പുഴയും നാടും ചൂണ്ടിച്ചൊരിഞ്ഞൂ ശകാരങ്ങൾ.
തൃണവൽഗണിച്ചു നാം അധികാരികളുടെ
ആജ്ഞകൾ ഇതേ മട്ടിൽ വിരചിച്ചു നാം തുടു-
തുടുത്ത വചസുകൾ.

പുഴതൻ നടുവിലെ-
ച്ചുഴിയിൽ കുരുങ്ങി
നമ്മുടെ തോണികൾ വേഗം
കുറഞ്ഞതോർക്കുന്നില്ലേ.

1925

2

‘മഞ്ഞക്കൊക്കിൻ’ ഗോപുരം

വീർത്തു വളർന്നു പതഞ്ഞൊഴുകുന്നൂ
നാട്ടിലെയൊൻപതു പുഴകൾ.
തെക്കുവടക്കൊരു നേർവര തീർക്കും
കറുത്ത നാരുകൾ പോലെ
മഴയും മൂടൽമഞ്ഞുമൊരുക്കിയ
കനത്ത മറയിൽ മങ്ങി,
‘സർപ്പ’വു‘മാമ’യുമൊത്തീപ്പുഴയെ-
പ്പൂട്ടിയിടുന്നൂ തടവിൽ.
മഞ്ഞക്കൊക്കുകൾ പോയി മറഞ്ഞൂ
എങ്ങോട്ടെന്നാർക്കറിയാം?
വിരുന്നുകാർക്കായ് കയറിയിറങ്ങാൻ
ഗോപുരമേയിനി ബാക്കി.
പതഞ്ഞു പൊങ്ങിടുമരുവിക്കായെൻ
വീഞ്ഞു കുടിക്കുന്നു ഞാൻ.
തിരയേറുകയായെൻ ഹൃദയത്തിലു-
മുയരും തിരകൾക്കൊപ്പം

1926

3
'ചിങ് കാങ്' മല

ഇക്കുന്നിൻ കാലടിയിൽ
പാറിനിന്നൂ ചെങ്കൊടികൾ
ഇക്കുന്നിൻ നിറുക കൊമ്പും
പെരുമ്പറയും മുഴക്കി നിന്നു
അലകലകിന്നൂറ്റമുറ്റൊ-
രെതിരികൾ വളഞ്ഞുനിൽക്കേ
വഴി തടുത്തു മതിലുപോൽ നാം
മനമെല്ലാമൊറ്റമനം
മനങ്ങളൊന്നായ് കോട്ടയായീ
വെടികൾകൊണ്ടു 'ഹ്വാങ്യാങ് ചീ'
ഇടിമുഴക്കം : ഇരവുനേരം
ഇരുളിന്റെ മറപിടിച്ചു
പറപറന്നൂ മാറ്റാൻമാർ.

1928

4

പുതുവർഷപ്പിറവി

'നിങ്ഹ്വാ', 'ചിങ്-ല്യൂ', 'കൈഹഃ'
എത്രയിടുങ്ങിയ വഴികൾ
എത്ര കടുത്ത വനങ്ങൾ
എത്ര വഴുപ്പൻ പായൽ
എങ്ങോട്ടാണിനി നീക്കം.
നേരേ, 'വൂയി' മലയടിവാരത്തിൽ.
മലയിൽ, മലയടിവാരത്തിൽ,
പൂകൾചിന്തും ചെങ്കൊടികൾ
ഉലയുകയാണരുവി കണക്കേ കാറ്റിൽ.

1930

5

‘ക്വാങ് ചാങ്’ റോഡിൽ

പെരിയൊരുലകമാകെ വെൺമ;
ഝടുതിയോടെ കൊതിയുമായി
നട തുടർന്നു മഞ്ഞിൽ നാം.
മുകളിൽ വലിയ പാറകൾ
ചുരമിതാ കടന്നു നാം.
ഇളകിടുന്നു ചെങ്കൊടി
എങ്ങു പോകയാണിനി?
മഞ്ഞുറഞ്ഞ ‘കാൻ’നദി.
ഇന്നലെക്കൊടുത്തുവാജ്ഞ
ഇന്നിതാ ‘കിയാനി’ൽ മാർച്ചു
ചെയ്കയായി വേലചെയ്‌വോ-
രെണ്ണമറ്റ കർഷകർ.

1930

6

തപൊതി

നീല, ചുകപ്പ്, വയലറ്റ്, മഞ്ഞ
ഊത, കടുംനീല, ഓറഞ്ച്, പച്ച;
ഈ വർണനാട ചുഴറ്റിക്കറക്കി
വാനത്തിൽ നർത്തനം ചെയ്യുന്നതാരോ?
പോയ് മഴ, അസ്തമിക്കാനായ് തിരിച്ചു-
പോയ് പിറകേ സൂര്യൻ: ഈ മലമ്പാത
നീലയായി, കുന്നിൻനിരകളോടൊപ്പം
മുമ്പുപൊരിഞ്ഞു ഹതാശമാം യുദ്ധ
മൊന്നിവിടത്തിൽ ഈ നാട്ടിൻപുറത്തെ-
യെല്ലാച്ചുവരും തുളച്ചു വടുക്ക-
ളുണ്ടാക്കിയന്നു വെടിയുണ്ടയെത്ര?
ഇപ്പോഴലങ്കാരമായവ മാറി,
വർധിച്ചു കുന്നിൻനിരകൾക്ക് ഭംഗി.

1933

7

'ഹവീചാങ്'

വിരിയുകയായീ പുലരി കിഴക്ക്
പതിവിനു മുമ്പു പുറപ്പെട്ടെന്നോ?
പറയരുതങ്ങിനെ പരാതി, നമ്മുടെ
വയസു കൂടുകയല്ലീ നീലിമ
നിറയും മലകൾ കടന്നാൽ.
അനുപമയിവിടെ പ്രകൃതി,യുയർന്നൊരു
കൊടുമുടി മുകളിൽ നിന്നു കിഴക്കൻ
കടലു പരന്നു കിടപ്പതു കാണുക.
ഗിരിനിര തൊട്ടാ ഗിരിനിരവരെയും
നമ്മുടെ സൈനികർ തെക്കോട്ട് 'ക്വാങ്
തുങ്ങി'നു നേരെ വിരൽ ചൂണ്ടുന്നു.
അങ്ങകലത്തിൽ തുടുതുടെ നാമതു
കാണ്മൂ; ഉദാരസമൃദ്ധം ഹരിതം.

1934

8

'ലൂഷാൻ' ചുരം

തണുതണുത്ത കാറ്റ് പടി-
ഞ്ഞാറു നിന്ന് വീശിടുന്നു.
പുലരിതൻ നിലാവിൽ ദൂരെ
മഞ്ഞു കാറ്റിൽ നിന്നു കാട്ടു
കരടികൾ വിളിക്കയാണ്,
കുതിരകൾ കുളമ്പടിപ്പൂ
പുലരിതൻ നിലാവിൽ, ഉഗ്ര
രടിതമിന്നു മൂകമാക്കി
കുഴൽ പൊഴിച്ച ഗാനധാര.
പറകയരുതിരുമ്പു പോലെ
നമ്മളെ തടുക്കുമിന്നു
പഥമിതെന്ന്; മറികടന്നു
കയറുമിന്നു തന്നെയൊറ്റ-
യടിയിൽ നമ്മൾ മലയിതിന്റെ
കിളിരമുറ്റ കൊടുമുടി.
ദൂരെ നോക്കൂ; കടൽ കണക്കു
നീലയായ കുന്നുകൾ
ചോരപോലെ ചുകചുകന്നു
പോകയായി പകലവൻ.

1935

9

മൂന്നു ചെറുകവിതകൾ

1. മലകൾ :

ചാട്ടയടിച്ചെൻ കുതിരയെ-
യതിവേഗം ഞാൻ പായിക്കുന്നൂ.
മുറുകെ ജീനിയിലള്ളിയിരിക്കെ
തിരിയുന്നൂ ഞാൻ ഞെട്ടി,പ്പിറകിൽ
ഇനിയൊരു മൂന്നടി മൂന്നിഞ്ചത്ര-*
യ്ക്കരികത്തല്ലോ നീലാകാശം.

2. മലകൾ :

രോഷക്കടലു പതഞ്ഞി-
ട്ടുയരും വൻ തിരമാലകൾപോലെ,
അടരിൻ ചൂടിൽ പാഞ്ഞുനടന്നിടു-
മനവധി യുദ്ധക്കുതിരകൾ പോലെ.

3. മലകൾ :

നീലസ്വർഗം ഭേദി-
ച്ചുയരും കൂർമ്പൻമുനയാൽ നിങ്ങൾ
ബലമായ് മുട്ടു കൊടുത്തില്ലെങ്കിൽ
കണിശം-വീഴും മാനം താഴെ.

1934–35

* ഒരു ചൈനീസ് നാടൻപാട്ടിൽ നിന്ന്: "മുകളിൽ 'തലയോട്ടിമല' താഴെ 'നിധിമല' ആകാശത്തേക്കിനി വെറും മൂന്നടി മുന്നിഞ്ച്. നടന്നുപോകുന്നെങ്കിൽ തലകുനിക്കുക, കുതിരപ്പുറത്തെങ്കിൽ ഇറങ്ങിപ്പോവുക."

10

ലോങ് മാർച്ച്

ഭയപ്പെടുന്നില്ല ചുവപ്പു സൈന്യമീ-
പ്പരീക്ഷണങ്ങൾ തൻ വിദൂരയാത്രയെ.
മലകളായിരം പുഴ പത്തായിര-
മിവർക്കും നിസ്സാരം, ഇവരുടെ കണ്ണിൽ
ഗിരിനിരയഞ്ചും ചെറുചിറ്റോളങ്ങൾ.
ഇവർക്കു കാൽക്കീഴിൽ ഉയർന്ന 'വൂമെ'ങിൻ
കൊടുമുടികളോ ചെളിയുരുളകൾ.
'സുവർണ മൺനദി' പദം കഴുകിക്കും
മുകിൽശിരസാർന്ന മലകളൂഷ്മളം.
അകലത്തിൽ 'താ-ത്തൂ'പ്പുഴയ്ക്കുപാലമാ-
മിരുമ്പുചങ്ങലയതീവശീതളം.
അധികമാഹ്ലാദമിവർക്കു 'മിൻഷാങിൻ'
അവധിയില്ലാത്ത ഹിമങ്ങൾ കാണുമ്പോൾ.
പടമൂന്നും ഗിരിനിര കടക്കുമ്പോൾ
തിളങ്ങുന്നുണ്ടെല്ലാമുഖത്തും പുഞ്ചിരി 1935

11

കുൻലുൺ മല

ഭൂമിക്കും ഏറെ മുകളിൽ
നീലവാനിലുയർന്നു നിൽക്കുന്ന
മെരുങ്ങാത്ത കുൻലുൺ.
മനുഷ്യരുടെ ലോകത്തിൽ
ഏറ്റവും മനോഹരമായതെല്ലാം
നീ കണ്ടിരിക്കുന്നു.
പലായനം ചെയ്യുന്ന നിന്റെ മുപ്പതിനായിരം
വെൺമുത്തു വ്യാളികൾ*
കുത്തിക്കീറുന്ന തണുപ്പുകൊണ്ട്
ആകാശത്തെ മരവിപ്പിക്കുന്നു.
വേനലിലുരുകുന്ന നിന്റെ പ്രവാഹങ്ങൾ
അരുവികളിലും പുഴകളിലും
പ്രളയമായിപ്പൊങ്ങുന്നു.
മനുഷ്യരെ ആമകളും മീനുകളുമാക്കിമാറ്റുന്നു.
ഒരായിരം ശരത്കാലങ്ങളായി

---

* ഒരു പഴയകവി, പാറുന്ന മഞ്ഞിനെ വിവരിച്ചു: 'മുപ്പതിനായിരം വെൺമുത്തുവ്യാളികൾ പൊരുതുമ്പോൾ കാറ്റിൽ അവരുടെ പറക്കുന്ന ചിതമ്പലുകൾ ചിതറിപ്പറന്നു.' മിൻഷാനിലെ പർവതങ്ങൾ ഒരു കാലത്ത് കത്തിക്കൊണ്ടിരിക്കുകയായിരുന്നെന്നും, വാനരരാജാവ് ഒരു പനയോലവിശറികൊണ്ട് വീശി തീ കെടുത്തി മലകളെ വെളുപ്പിച്ചെന്നും ഐതിഹ്യം.

നീ വരുത്തിയ നന്മകൾക്കും നഷ്ടങ്ങൾക്കും
തീർപ്പുകൽപ്പിക്കാനാര്?
കുൻലുൺ മലയോട്
ഇപ്പോൾ ഞാൻ പറയുന്നു:
ഈ ഉയരം മുഴുവൻ നിനക്കു വേണ്ടാ,
ഈ മഞ്ഞു മുഴുവൻ നിനക്കു വേണ്ടാ.
ആകാശത്തെയും കവിഞ്ഞുയരുന്ന
എന്റെ വാൾ ഉറയൂരി
ഞാൻ നിന്നെ മൂന്നായിപ്പിളരും:
ഒരു തുണ്ട് യൂറോപ്പിന്,
ഒരു തുണ്ട് അമേരിക്കയ്ക്ക്
ഒരു തുണ്ട് ഇവിടെ, കിഴക്കുതന്നെ സൂക്ഷിക്കാൻ.
അപ്പോൾ ലോകമൊമ്പാടും.
സമാധാനം വിളയാടും.
ഭൂമിയിലെല്ലായിടത്തും
ഒരേ ചൂട്,
ഒരേ തണുപ്പും.

1935

12

'ല്യൂപ്പാൻ' മല

കിളരമേറിടും വാനം; വിളറിയ മുകിൽക്കൂട്ടം.
ഇവിടെനിന്നുറ്റു നോക്കിടുന്നു നമ്മൾ തെക്കുതെക്കു
പറന്നുപോയ് മറയുന്ന കാട്ടുവാത്തകൾ.
വൻമതിലിലെത്തും നമ്മൾ, ഇല്ലെങ്കിൽ ചുണയുള്ളോ-
രല്ല നമ്മൾ പുരുഷന്മാർ, ഇതുവരെത്താണ്ടിയില്ലേ
നമ്മൾ യോജനകളൊരുദശസഹസ്രം?
ഉയരത്തിൽ ല്യൂപ്പാൻമല മുകളിലായ് പാറിടുന്നു-
ണ്ടലസമായ് പടിഞ്ഞാറൻ കാറ്റിൽ നമ്മളുയർത്തിയ
പതാകകൾ; ഇന്നു നമ്മൾ കയ്യിലേന്തുന്നൂ
ഒരു നീളൻകയർ. ഇതിൻതുമ്പിലൊന്നു കെട്ടിയിട്ടു;
നരച്ചോരാ വേതാളത്തെപ്പിടിച്ചുനമ്മൾ?

1935

13

ഫുകീനിലേക്ക്

യുദ്ധസന്നദ്ധർ വീണ്ടും
പ്രക്ഷോഭം തുടങ്ങുംപോൽ
പെട്ടെന്ന് വീശും കാറ്റിൽ
മേഘങ്ങളൊന്നിക്കുന്നു.
മുഗ്ദ്ധമാം കിനാക്കളാൽ
മെത്തകളൊരുക്കുന്നു.
മർത്ത്യരിൽ പ്രതികാര
വാഞ്ഛകളുണർത്തുവാൻ.
ചെങ്കൊടി വഹിച്ചു നാം
'തിങ്'നദി കടന്നേറി
'ലംഗ്യ'നും 'ഷാങ്-ഹാങ്ങി'നും
നേരെയായ് നടന്നു നാം.
ഇന്നാട്ടിലൊരു ഭാഗം
വീണ്ടെടുത്തു നാമിപ്പോൾ
പിന്നെയും ജനങ്ങൾക്കു
തുല്യമായി വീതിക്കുന്നു.

1935

14

മഞ്ഞ്

ഉത്തരദിക്കിന്റെ രംഗങ്ങളിങ്ങിനെഃ
ഹിമമുദ്ര ചാർത്തിയൊരു
യോജനകൾ നൂറ്, ഹിമ
വലയങ്ങൾ ചൂഴുന്ന
യോജനകളായിരം.
വൻമതിലിനിരുപുറം
കണ്ണിൽ പെടുന്നതൊര-
നന്തതയതൊ, ന്നൊന്നു മാത്രം.
വൻനദിയിലാർത്തലറി
വീർക്കും പ്രവാഹങ്ങൾ
മഞ്ഞായി മരവിച്ചു
മറയുന്ന നേരമാ-
യങ്ങോളമിങ്ങോളമിപ്പോൾ.
രജതസർപ്പങ്ങൾ പോൽ
പുളയുന്നു വൻമലകൾ
മൊഴുകാനകൾ പോലെ
ഗഗനത്തൊടെതിരയടി-
ച്ചുയരുന്നു, ഉരുളുന്നു
ഗിരിതല വിശാലതകൾ.

വെയിലുള്ള പകൽവെള്ള-
യുടയാടയിട്ടൊരീ
മധുരാംഗി മൈലാഞ്ചി-
യണിയുന്ന കാഴ്ചയാ-
ണനുപമ മനോഹരം.
ഇപ്രകൃതി ദൃശ്യങ്ങൾ
നീട്ടുന്ന ചാരുതക-
ളെത്രയോ വീരരുടെ
ചിത്തം ഹരി, ച്ചാദ-
രാർഥം ശിരസവർ
കുനിച്ചെ, ങ്കിലെന്തു ഹാ,
കഷ്ടം! കുറഞ്ഞു പോയ്
സംസ്കാര മാച്ചക്ര-
വർത്തി 'ഹ്വാൻ വൂതി'ക്ക്.
'ചിൻഷീ ഹൂയാങി'നും
കഷ്ടമേ! വ്യുത്പത്തി
തീരെകുറഞ്ഞു പോയി.
'താജ്തായി സുങി'നും
'സുങ്തായിസൂ'വിനും
ഒരു ദിനം മാത്രമായ്.
ദേവലോകത്തിന്
പ്രിയ പുത്രനായ
ചെങ്കിസ്ഖാന് സൗവർണ
ഗരുഡന്റെ നേർക്കുത-
ന്നസ്ത്രം കുലയ്ക്കുവാ-
നൊഴികെയെന്തറിയുന്നു?
അവരൊക്കെയിന്നലെയി-
ലൊഴുകിയവർ! വലിയവരെ
വലിയ മനമുള്ളവരെ,
ഇനി നാം തിരക്കിടുക-
യിവിടത്തിൽ, ഇന്നിൽ.

1963

15

നാങ്കിങ് കീഴടക്കൽ

ചുങ് ചാഷനു കുറുകേ വീശി
അങ്ങു നിന്നൊരു ചുഴലി.
നമ്മുടെ ദശലക്ഷത്തിന്റെ
കരുത്തേറിയ സൈന്യം
ആയുധവുംകൊണ്ടാ നദിയും
കേറിമറിഞ്ഞുകഴിഞ്ഞു.
കുമ്പിട്ടൊരു വ്യാഘ്രത്തെപ്പോൽ,
ചുരുണ്ട വേതാളംപോൽ
പൊയ്പ്പോയൊരു പ്രൗഢികളെല്ലാം
നിഷ്പ്രഭമാക്കീ നഗരം.
ചരിത്രമാകെ തിരുത്തിയെഴുതിയൊ-
രീ വിജയത്തിനായി
മറിച്ചു നമ്മൾ ഭൂമി, കീഴ്മേൽ
മറിച്ചു നമ്മൾ സ്വർഗം.
പതറുന്നൊരു ശത്രുവെ നാം പിൻ-
തുടരേണം പതറാതെ;
അലസൻ 'സ്യാങ്യൂ'വിൻ മട്ടിൽ
തേടുകയരുത് പ്രശസ്തി.
കന്യകയാം ഭൂമിക്കുണ്ട്

വികാരാസക്തികളെങ്കിൽ
മുത്തശ്ശിയുമാമിവൾ; പക്ഷേ
മർത്ത്യന്മാരുടെയുലകിൽ
കടലുകളും മൾബറി വിരിയും
മലർവാടികളായ് മാറും.

1949

16

സൗഹൃദസ്മരണ*

ഇപ്പോഴുമോർക്കുന്നൂ ഞാൻ
    'ക്വാങ്ചൗ' വിലൊരുനാൾ നാ-
മൊപ്പം ചായ കുടിച്ചതും,
    'ചുങ്കിങ്ങിൽ' പിന്നീടില-
യൊക്കെ മഞ്ഞയ്ക്കും കാലം
    കവിതയ്ക്കായിത്താങ്ക-
ളഭ്യർഥിച്ചതും. പോയി
    മുപ്പത്തൊന്നിതാ വർഷം.
തിരികെ തലസ്ഥാന-
    ത്തെത്തിഞാൻ, മലരുകൾ
കൊഴിയും കാലത്തിതാ
    വായിക്കയായീ താങ്കൾ

---

* കവിയായ ലിയു-യാത്സുവിനുള്ള ഒരു മറുപടിയാണ് ഈ രചന. ചെയർമാൻ മൗവിന് *എന്റെ ചിന്തകൾ* എന്ന കവിതയിൽ ലിയു-യാത്സു ഇങ്ങനെ എഴുതി; "ഒരു നവയുഗ നിർമാതാവ് എന്ന നിലയിൽ താങ്കൾ മഹാനാണ്. ഇരുണ്ടകാലങ്ങളിൽ പ്രകാശത്തെ പ്രകീർത്തിക്കാൻ എനിക്ക് പ്രയാസമുണ്ട്. ഞാൻ ക്ലാസിക്കുകൾ പഠിപ്പിക്കുകയാണ്. ഇക്കാലത്തെ സേവിക്കുന്ന ഒരു പണ്ഡിതനല്ല ഞാൻ. ഖേദകരമെന്നു പറയട്ടെ, എനിക്ക് വലിയ സ്വീകരണവും ലഭിക്കുന്നില്ല. വെറുതെ കളഞ്ഞ ജീവിതമോർത്ത് ഞാൻ പശ്ചാത്തപിക്കുന്നു. എങ്കിലും എന്റെ ഹൃദയം അന്ത്യംവരെ വിശ്വസ്തമായിരിക്കും. തെക്കൻ പര്യടനത്തിൽനിന്ന് നല്ല ഫലം പ്രതീക്ഷിക്കുന്നു. ഫെൻഹൂ തടാകമായിരിക്കും, എന്റെ തപോവാടം."

എഴുതിച്ചിന്തേരിട്ടു
        മിനുക്കിയെടുത്തൊരീ
വരികൾ. സൂക്ഷിച്ചാലും,
        കഠിന വ്യഥകളാൽ
തകർത്തുകളയായ്ക
        ഹൃദയം; തിരിച്ചാലും
മിഴി, നീൾവഴിത്താര-
        യ്ക്കൊക്കെയപ്പുറം, ദൂരെ.
'കുൻമിങു' തടാകത്തിൽ
        വെള്ളത്തിനാഴം തീരെ-
യില്ലെന്നു മാത്രം താങ്കൾ
        പറയാതിരിക്കണേ:
പൊങ്ങിടും മൽസ്യങ്ങളെ-
        ക്കണ്ടു നിൽക്കുവാനതു
നല്ലതാണേറെ, 'ഫ്യൂച്ചുൻ'
        നദി തന്നാഴത്തെക്കാൾ.

1949

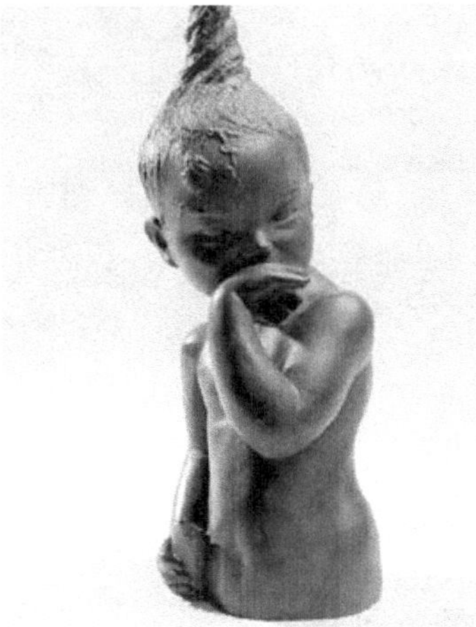

17

വൈകി വന്ന പുലരി*

നീണ്ടരാത്രി: ചുവപ്പുനാട്ടിൽ
വന്നു പുലരി, വൈകി മാത്രം.
നൂറു വർഷം ഹാ, നിശാചര-
രാടി കാനനനൃത്തമിവിടെ.
നിന്നിതമ്പതു ലക്ഷമാളുക-
ളൊന്നിയാതെ, ഛിന്നഭിന്നം.
ഇന്നു കൂവി കോഴി; എല്ലാം
മിന്നിടുന്നു വാനിനടിയിൽ.
പൊങ്ങിടുന്നു ജനങ്ങളിൽ നീ-
ന്നെങ്ങുമെങ്ങും ഗാനവീചികൾ.
'യൂത്തിയേനി'ൽ നിന്നു കൂടി-
പ്പാട്ടു പൊങ്ങുകയായിയിപ്പോൾ.
ഇന്നു കവിയുമുത്തേജിതൻ, മു-
മ്പെങ്ങുമുണ്ടാകാത്തപോലെ.

1950

---

* ലിയൂ യാത്സുവിന്റെ മറ്റൊരു കവിതയ്ക്കുള്ള മറുപടിയാണിത്. കവിത ഇങ്ങനെയായിരുന്നു: തീമരങ്ങളും വെള്ളിപ്പൂക്കളും ചിതറുന്നു, ഇരുളില്ലാത്ത ഒരു രാത്രി. മുഴുചന്ദ്രനെക്കുറിച്ചുള്ള നാടൻപാട്ട് ആഹ്ലാദപൂർവം മുഴങ്ങുന്നു. ഒരു മനുഷ്യന്റെ വിവേകമുള്ള നേതൃത്വമുണ്ടായിരുന്നില്ലെങ്കിൽ, ഈ നൂറുദേശങ്ങൾ എങ്ങിനെ ഒത്തുചേരും? ഈ സന്തോഷകരമായ സായാഹ്നമേള എല്ലാ മേളകളെക്കാളും ഗംഭീരം തന്നെ."

18

പെയ്ത്തായ്ഹോ

വടക്കൻ പ്രദേശത്താ-
ഞ്ഞടിക്കും മഴക്കാറ്റിൽ
കുതിക്കുന്നാകാശത്തേ-
യ്ക്കുയർന്നു കടൽത്തിര.
കടലിൽക്കാണാനില്ല.
'ചിൻവാങ്താവോ'വിൽ മൽസ്യം
പിടിക്കും കൊച്ചോടങ്ങ-
ളൊന്നു; മെങ്ങുപോയെല്ലാം?
ആയിരം സംവൽസര-
മപ്പുറം 'വീ' വംശത്തിൽ
വീരനാം 'വൂ' രാജൻ തൻ
ചാട്ടവാർ ചുഴറ്റിപോൽ.
ബാക്കിയുണ്ടദ്ദേഹത്തിൻ
കാവ്യമൊന്നിന്നും:
"കിഴക്കോട്ട് ചീഷിയിലേക്ക്"
നിശ്ചചലമിന്നും ശരത്-
കാലമാരുതനുടെ
നെടുവീർപ്പെന്നാകിലും.
ആകെ മാറിപ്പോയിന്നു
മനുഷ്യരുടെ ലോകം.

1954

19

നീന്തൽ

'ചാങ്ഷാ' നദിയിലെ നീരിപ്പോൾ ഞാൻ
കുടിച്ചതേയുള്ളൂ;
'വൂചാങ്' നദിയിലെ മീനിപ്പോൾ ഞാൻ
കഴിച്ചതേയുള്ളൂ.
'യാങ്-ത്സീ' നദിക്കു കുറുകേ 'ചൂ'വിൻ
തുറന്നൊരാകാശം
നോക്കിയിതാ ഞാൻ നീന്തുന്നു, കാ-
റ്റാർക്ക,ട്ടുയരട്ടേ,
വൻതിരമാലകൾ; മുറ്റത്തലസമു-
ലാത്തുവതേക്കാളും
നന്നിതു, സംശയമില്ലതിനൊട്ടും;
ഇന്നേ ഞാൻ സ്വസ്ഥൻ.
ഒരുനാളിതുപോലരുവിക്കരയിൽ
ഗുരുവരുളുകയുണ്ടായി.
'ഇങ്ങനെയൊഴുകിപ്പോയ്ത്തീരുന്നൂ
ജംഗമലോകമിതും.'
കാറ്റിൽ പത്തേമാരിപ്പായക-
ളൊക്കെയുമുലയുന്നൂ.

നിശ്ചലർ 'സർപ്പവും''മാമയു'മനവധി
പദ്ധതിയെൻ മുന്നിൽ-
തെക്കുവടക്കൊരു പാലം: അതിടവഴി-
യാക്കിടുമാഴത്തെ.
അങ്ങുപടിഞ്ഞാറോളം കന്മതി-
ലരുവിക്കും മുകളിൽ-
'വൂഷാൻ' മലയുടെ മുകിലും മഴയും
തളച്ചു നിർത്തീടാൻ.
പൊങ്ങും ശാന്തതടാകം മലയുടെ
ചെറുചെറു വിടവുകളിൽ.
മലയുടെ ദേവതയിപ്പോഴുമവിടെ-
ക്കുടിപാർപ്പുണ്ടെങ്കിൽ,
അടിമുടി മാറിയൊരീയുലകം ക-
ണ്ടത്ഭുതമവൾ കൂറും.

1956

20

ചിരഞ്ജീവികൾ

എനിക്കു പോയെൻ ദേവദാരു
വിലപിടിച്ചോൾ; നിനക്കരളി.
അരളിയൊത്തെൻ ദേവദാരു
പറന്നു സ്വർഗഹൃത്തിലെത്തി.
'തരിക നിന്റെ കൈയിലുള്ള-
തിവിടെ' യെന്നൊരാജ്ഞ കേൾക്കെ,
കാശ്യവൃക്ഷവീഞ്ഞുകൊണ്ടു
വിരുന്നൊരുക്കി വൂക്കാങ്.
വാനിലുള്ളീപ്പാവനർക്കു
കാണുവാനായി ചാന്ദ്രദേവി
ഏകയായ് മേലങ്കി നീർത്തി
കൈകൾ നീട്ടി നൃത്തമാടി.
ആ ഞൊടിയിൽ വർത്തമാനം
ഭൂമിയിൽ നിന്നെത്തി: തോറ്റു
വീണടിഞ്ഞു വ്യാഘ്രവീരൻ.
ഈ വാർത്ത കേട്ടു തൂവി
രണ്ടുപേരും മാരിപോലെ
സന്തോഷക്കണ്ണീര്.

1957

21
'ഷാവോഷാനി'ൽ ഒരിക്കൽക്കൂടി

മങ്ങിപ്പോയൊരു സ്വപ്നം ഓർത്തെടുക്കും പോലെ
ഞാൻ പൊയ്പ്പോയ നാളുകളോർത്തെടുക്കുന്നു.
മുപ്പത്തിരണ്ടു വർഷം മുമ്പത്തെ
എന്റെ ജന്മഭൂമി.
ചൊങ്കൊടി കർഷകനെ കുലുക്കിയുണർത്തി.
നാടുവാഴിയുടെ കഴുകൻനഖങ്ങൾ
ചമ്മട്ടിയുയർത്തി വീശി;
കർഷകനോ തന്റെ വെൺമഴു ഉയർത്തി.
കവർപ്പേറിയ ത്യാഗങ്ങൾ
ധീരമായ തീരുമാനങ്ങൾക്കു കരുത്തു കൂട്ടുന്നു.
സൂര്യനെയും ചന്ദ്രനെയും
പുത്തനാകാശങ്ങളിൽ കൊളുത്തിവെയ്ക്കാൻ
മനുഷ്യർ ധൈര്യപ്പെടുന്നു.
നെല്ലും തുവരയും നിരനിരയായുലയുന്നത്
സാഹ്ലാദം ഞാൻ കണ്ടു നിൽക്കുന്നു.
സായാഹ്നത്തിലെ മൂടൽമഞ്ഞിലെമ്പാടും
വീരന്മാർ വീട്ടിലേക്കു തിരിക്കുന്നു.

1959

(കവിയുടെ കുറിപ്പ് : 32 വർഷത്തെ വേർപാടിനുശേഷം, 1952 ജൂൺ 25-ന് ഞാൻ വീണ്ടും ഷാവോഷാൻ സന്ദർശിച്ചു.)

22

ലൂഷാൻ മല കയറ്റം

ചേക്കേറിയപോലെ മാമല
യാങ്-ത്സീ നദിയതിനുടെ മേലെ.
ആ മലതൻ വളവും തിരിവും
നാന്നൂറും ചാടിക്കയറി
പച്ചക്കൊടുമുടിയെത്തീ ഞാൻ
നോക്കുന്നൂ കുളിർമിഴിയോടെ
കടലിനും മറുകരെ; അൽപ്പം
മഴചിതറിയ ഒരു മറുകാറ്റാ-
കടൽവിരിയാൻ പൊരുന്നിരിക്കും
കരിനിറമാമാകാശത്തിൽ.
മുകിലുകൾ വന്നൊമ്പതു നദിയിലു-
മുരുളുകയായ്;മുരുളുകയായ് ഉലയുകയായ് മഞ്ഞക്കൊക്കുക-
ളൊഴുകും വൻതിരകൾ കിഴക്കൻ
കടലോരം നോക്കി, ച്ചുറ്റും
വെളുവെളെ വൻനുരകൾ പറത്തി.
എവിടെപ്പോയാരറിയുന്നൂ
പരിപൂർണൻ യ്വാൻമിങ്ദേവൻ?
അവനുഴുതുനടക്കാം പീച്ചുകൾ
മലരണിയും നാട്ടിലെ വയലുകൾ. 1959

23

പെൺപട്ടാളത്തിന്റെ ചിത്രം കാണുമ്പോൾ

അഞ്ചടി നീളത്തിൽ തോക്കുമേന്തി-
ക്കണ്ണുതുറന്നു ശിരസുയർത്തി
പെണ്ണുങ്ങൾ നിൽപ്പൂ; പുലർവെയിലിൽ
പൊന്നായി മിന്നീ കളരിമുറ്റം.
ഉൾക്കരുത്തുറ്റവർ ചീനതൻ പെൺ-
മക്കളവർക്കിന്നു പട്ടിനേക്കാ-
ളിഷ്ടമീയങ്കച്ചമയമല്ലോ.

1961

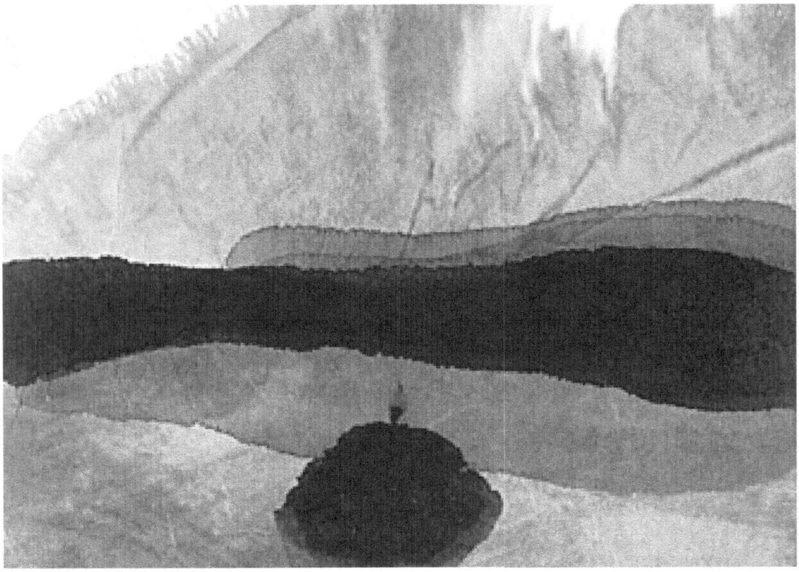

24

ഭൂമി കുലുക്കുന്ന പാട്ടുകൾ

'ച്യൂയി' മലയ്ക്ക് മുകളിലായി
പ്പാറുന്നു വെള്ളമുകിലസംഖ്യം.
രാജകുമാരിമാർ തെന്നലേറി-
പ്പോരികയായ് പച്ചക്കുന്നു താണ്ടി
മായാത്ത കണ്ണുനീർപ്പാടു നീളെ
വീഴുകയായ് മുളന്തണ്ടുതോറും.
താഴ്വര ചോരമുകിൽ നിരയാൽ
തോരണം തൂക്കിയുണർന്നു നിൽക്കെ.
'തുങ്ങ് തിങ്ങ്' തടാകം തിളച്ചു വാനിൽ
പൊങ്ങിപ്പതഞ്ഞു തുളുമ്പിനിൽക്കെ;
പാടുന്നു ഭൂമി കിടുകിടുക്കും
ഗാനങ്ങൾ ഇ'ന്നീൾത്തുരുത്തിലു'ള്ളോർ.
ഈ വികാരാവേശമുള്ളിലാക്കി-
ക്കാണട്ടെ ഞാനും വലിയ സ്വപ്നം;
    കാണട്ടെയീച്ചെമ്പരത്തി പൂക്കും
    നാടിൻ പുലരിതുടുത്ത കാഴ്ച.

25

* അപ്സര ഗുഹ

അന്തിയിൽ വളരുന്ന
നിഴലുകൾക്കിടയിലായ്
പൊന്തുന്നു വൻ പൈൻമരങ്ങൾ;
അലറുന്ന മുകിലുകൾ
ശാന്തരായിവിടത്തി-
ലൊഴുകുന്നതതിവേഗമോടെ.
അതിമനോഹരിതന്നെ
പ്രകൃതിയീയപ്സര-
ഗുഹയിൽ-വിവിധം, അനന്തം.
അപകടമേറുന്ന
കൊടുമുടിതന്നിലേ
അഴകിന്റെ താമസം നിത്യം.

1961

* (സഖാവ്: ലീചിൻ എടുത്ത ഒരു ഫോട്ടോയ്ക്കുള്ള കുറിപ്പ്)

26

ബദരിപ്പൂക്കളോട്

വിരിയുന്ന പൂക്കാലം തൊട്ടുപിൻപേ
മഴയും ചുഴലിയും വേർപിരിഞ്ഞു.
ചുഴലം പടരുന്നു മഞ്ഞുമാത്രം
വരവേറ്റു നിൽക്കുന്ന പൂക്കാലത്തെ.
മലയുടെ മഞ്ഞിൽ പൊതിഞ്ഞയുച്ചി-
യ്ക്കൊരു പൂവുമാത്രം വിരിഞ്ഞിറങ്ങി,
അഴകുറ്റ പെണ്ണിവൾക്കില്ലയാർത്തി
മലർമാസം തന്റേതു മാത്രമാക്കാൻ
മലയാകെപ്പൂക്കും, മലരിടയിൽ
ചെറുചിരിയോടിവളൂയലാടും.

1961

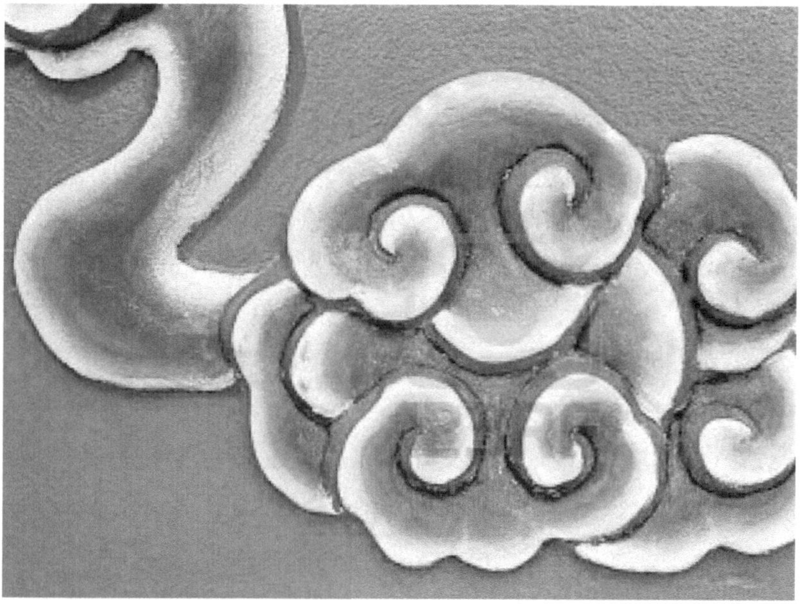

27

ഹേമന്തമേഘങ്ങൾ

മഞ്ഞു നിറഞ്ഞൊരീ ഹേമന്തമേഘങ്ങൾ
പഞ്ഞിതൻ രോമങ്ങൾ പോലെ.
വീഴാതെയില്ലിനിപ്പൂവുകളൊട്ടേറെ;
വാനിൽ തണുപ്പിൻ തിരകൾ.
എങ്കിലെന്തൂഷ്മളമാകുന്നു പിന്നെയു-
മുർവിതൻ നേർത്തൊരുച്ഛ്വാസം.
വീരരമർത്തും പുലിയെക്കടുവയെ
ധീരർക്കു പേടിയാണെന്നോ
കാട്ടുകരടിയെ? പ്ലംമരത്തിൻ പൂവി-
നിഷ്ടമാണീ മഞ്ഞുകാറ്റും.
ഈച്ചകൾ മാത്രം മരവിച്ചു ചാവുകി-
ലാശ്ചര്യമെന്തതിലുള്ളൂ?

1961

28

ഈച്ചകൾ

ഇച്ചെറുഗോളത്തിലെയീച്ചകൾ; ചിലരെല്ലാ-
മുച്ചത്തിൽ മുരളുന്നു ചുവരിൽ തലതല്ലി.
ചിലരോ പരാതിക്കാർ, മോങ്ങുന്നോർ ചിലർ പൂവി-
ട്ടുലയും 'ലോക്കിസ്റ്റി'ൻമേലിഴയുമെറുമ്പുകൾ
പറവൂ മഹത്തായ രാഷ്ട്രത്തിൻ പ്രതാപങ്ങൾ:
കുലുങ്ങുമത്രേ വൃക്ഷം കുലുങ്ങുമെന്നോതിയാൽ!
'ചങ്ങ്'നിൽ പടിഞ്ഞാറൻ കാറ്റി, ലലതല്ലിക്കൊഴി-
ച്ചാഞ്ഞടിക്കുന്നു, കൂരമ്പുകൾ കാറ്റിൽ ചീറി-
പാഞ്ഞുപോകുന്നൂ ചൂളംവിളിച്ച്; പണിയേറെ-
കാത്തുനിൽക്കുന്നൂ, വേഗംചെയ്തുതീർക്കുവാനുള്ളോർ.
കറങ്ങീടുന്നൂ പാരും വാനവും, കാലം നമ്മെ-
യിനിയും മുന്നോട്ടേയ്ക്ക് തള്ളുന്നൂ, അതിദീർഘം
പതിനായിരം വർഷം-പൂർണമായ്ത്തന്നേ നമ്മ-
ളതിനാലുപയോഗിക്കേണമീദിവസത്തെ,
നാലുദിക്കിലും കടൽ പൊങ്ങിയാർത്തുണരുന്നൂ
സാഗരം കോപാക്രാന്തം, വാനിടം പാരം ക്ഷുബ്ധം,
വിറകൊള്ളുകയായീ ഭൂഖണ്ഡമഞ്ചും, മദി-
ച്ചിളകിയലറുന്നുണ്ടിടിയും കൊടുങ്കാറ്റും.
തൂത്തുവാരുക സ്വാസ്ഥ്യം കൊടുത്തും കീടങ്ങളെ:
ബാക്കിയാവരുതാരും നമ്മുടെ ശത്രുക്കളിൽ!

1963

29

ചിങ് കാങ് ഷാൻ വീണ്ടും കയറുമ്പോൾ

ദീർഘകാലമായി ഞാ-
നാശിപ്പൂ മേഘങ്ങളോ-
ടൊപ്പമെത്തുവാൻ 'ചിങ് കാങ്-
ഷാ'നിന്നു കയറി ഞാൻ
ദൂരെയായ് കാണാം പണ്ടു
താവളങ്ങളാക്കിയ
നാടുകൾ; അടിമുടി
മാറിപ്പോയല്ലോ രംഗം.
പാടുന്നൂ സ്വർണപക്ഷി
ചാടുന്നൂ കുരുവികൾ.
ഓടുന്നൂ കൊഞ്ചിപ്പറ-
ഞ്ഞരുവി, കയറുന്നൂ
പാത മാനവും നോക്കീ,
'ഹ്വാങ്യാങ്ചീ' കടന്നെന്നാൽ
തീരുന്നൂ വിപത്തുകൾ
ചൂഴുന്ന പടവെല്ലാം,
ഇളക്കമായീ കാറ്റു-
മിടിയും, കൊടിക്കൂറ
പറക്കയായീ മർത്ത്യർ

വാണിടുമിടത്തെല്ലാം.
പറന്നുപോയീ വർഷം
മുപ്പത്തിയെട്ടും വിരൽ
ഞൊടിച്ചപോലെ, പുൽകാ-
മൊമ്പതാം സ്വർഗത്തിലെ
മുഴുചന്ദ്രനെയിന്നു
നമുക്കു, വശത്താക്കാം.
കടലഞ്ചിലുമാണ്ടു
കിടക്കും കൂർമങ്ങളെ.
തിരിച്ചുചെല്ലും പൊട്ടി-
ച്ചിരികൾക്കിടയിൽ നാം
വിജയപ്രകീർത്തന-
മെമ്പാടും മുഴങ്ങുമ്പോൾ.
ഉയരങ്ങളിലേക്കു
കയറാൻ ധൈര്യപ്പെട്ടാ-
ലുലകിൽ പിന്നില്ലൊന്നും
നേടുവാനാകാത്തതായ്.

1965

30

രണ്ടു പക്ഷികൾ : ഒരു സംവാദം

കാറങ്ങും പങ്കപോൽ
പറക്കുന്നൂ ആന-
വിഴുങ്ങിപക്ഷികൾ
സഹസ്രയോജന.
അലറിയാർക്കുന്ന
ചുഴലികൾ പൊക്കി
മുതുകിൽ നീലയാം
ഗഗനവുമേറ്റി
അവൻ പായിക്കുന്നൂ;
മിഴികൾ താഴേയ്ക്ക്
പുരങ്ങളും ജന-
പദങ്ങളും ചുറ്റി
നിറഞ്ഞ മർത്ത്യന്റെ-
യുലകം കാണുവാൻ.
വെടിപ്പുക നക്കി-

ത്തുവർത്തുന്നൂ സ്വർഗം
ചിതറും ഷെല്ലുകൾ
കുഴിക്കുന്നൂ ഭൂമി.
ഒരു കുറ്റിക്കാട്ടി-
ലിരുട്ടു പേടിച്ചു
കുരുവിയൊന്നിതാ
മരവിച്ചോതുന്നൂ:
"ഇതു നരകത്തിൻ
മഹാകോലാഹലം;
എനിക്കു മറ്റെങ്ങാൻ
പറന്നു പോകണം."
"എവിടെ?" ചോദിക്കെ
മറുപടി നൽകീ
കുരുവി : "ഗന്ധർവ
നഗരത്തിൻ കുന്നിൽ
പണിത മാണിക്യ
മണിമേടയൊന്നിൽ
അറിയില്ലേ, രണ്ടാ-
ണ്ടിനു മുമ്പുജ്ജ്വല
ശരത്കാല നിലാ-
വതിൻ കീഴിൽ മൂന്നു
സമാധാനക്കരാ-
റുകളിലൊപ്പിട്ടു.
നിറയെത്തിന്നുവാ-
നവിടെയുണ്ടാകും
ചുടുമണം പൊങ്ങും
കിഴങ്ങും, ഗോമാംസം
നിറഞ്ഞരിഷ്ടവും."
"നിറുത്തു നിൻ പൊള്ള
യസംബന്ധം, നോക്കൂ
ഉലകം കീഴ്മേലായ്
മറിയുകയല്ലോ!"

1965